MEMORIAL BOOK

DATE: ____________________

DATE: ____________________

DATE: ____________________

DATE: ____________________

DATE: ______________________

DATE: ______________________

DATE: ____________________

DATE: ______________________

DATE: ____________________

DATE: ______________________

DATE: ______________________

DATE: ____________________

DATE: ______________________

DATE: ____________________

DATE: ______________________

DATE: ______________________

DATE: ______________________

DATE: ____________________

DATE: ______________________

DATE: ______________________

DATE: ____________________

DATE: ____________________

DATE: ____________________

DATE: ______________________

DATE: ____________________

DATE: ______________________

DATE: ____________________

DATE: ______________________

DATE: ______________________

DATE: ______________________

DATE: ____________________

DATE: ____________________

DATE: ______________________

DATE: ______________________

DATE: ____________________

DATE: ______________________

DATE:

DATE: ______________________

DATE: ______________________

DATE: ____________________

DATE: ____________________

DATE: ______________________

DATE: ____________________

DATE: ______________________

DATE: ______________________

DATE: ______________________

DATE: ______________________

DATE:

www.ingramcontent.com/pod-product-compliance
Lightning Source LLC
LaVergne TN
LVHW060830170826
845678LV00010B/1944

* 9 7 9 8 8 6 9 4 5 5 7 1 0 *